Usiwaruhusu Wanajeshi Kumuua Mwanasesere Wangu

Do Not Allow The Soldiers To Kill My Doll!

Anisur Rahman

Mfasiri: Kelvin Kombo Motuka
(Malenga wa Vilimani)

Imetafsiriwa katika lugha ya Kiingereza na:
Daniel Kamete pamoja na Anisur Rahman

Nsemia

Toleo la Kwanza: Aprili 2024

Kimechapishwa na: Nsemia Inc. Publishers (www.nsemia.com)

Kimehaririwa na: Kelvin Kombo Motuka
Tafsiri katika Kiingereza: Daniel Kamete na Anisur Rahman
Jadala na Michoro: Rand Hamadah
Usanifu wa Jadala: Linda Kiboma
Upangaji wa Mswada: Bethsheba Nyabuto
Picha a Mwandishi: Arif Haider

Arifa kwa Wakutubi
Uagizaji wa kitabu hiki unaweza kufanywa kupitia kwenye Huduma za Maktaba za Kenya (Kenya National Library Services) na Maktaba na Maakaba Canada (Library and Archives Canada).

ISBN: 978-9914-760-06-4

Kutabaruku

Binti yangu, **Atoshi Rahman**

mama yake, **Rashida Asma**

bibi yake, **Anwara Begum**

nanavai; **Abdul Awal Chowdhury**

baba **Zarina Begum**

dadavai **Hossain Ali**

Dedicated to

My daughter **Atoshi Rahman**

her mother **Rashida Asma**

her nanu **Anwara Begum**

nanavai **Abdul Awal Chowdhury**

dadi **Zarina Begum**

dadavai **Hossain Ali**

Utangulizi

Makazi yanageuka uwanja wa vita. Shule ni magofu. Nyumba. Midoli inavunjika. Hakuna maji ya kutosha kukoga. Maisha yamebadilika yakawa jehanamu na jambo baya zaidi kuhusu maisha hayo ni kuwa taswira hiyo ipo katika mawazo ya binti mdogo na katika mazingira yake halisi.

Kwa bahati mbaya, huo ndio uhalisia wetu katika ulimwengu wa karne ya 21 huku ambapo visa vya mauaji ya raia vinaongezeka vikihusisha familia na watoto ambao hawanaswi tu kwenye mtambuko wa moto, bali pia walio katika hatari ya kuwa walengwa hasa.

Shairi *Usiruhusu WPanajeshi kumuua mwanasesere wangu* la malenga wa Bengali na mwandishi **Anisur Rahman** halijaandikiwa watoto. Linaeleza tu vita kutoka kwa mtazamo wa mtoto anayeshuhudia operesheni ya kijeshi katika mji wake mwenyewe. Matini ya shairi hilo ni uzungumzi nafsi ulio na sehemu 31 kila sehemu ikidhihirisha hofu ya binti huyo mdogo vilevile ujasiri wake dhidi ya "wavulana wabaya" ambao wamebananga na kuharibu kila kitu kwake akiwemo mpendwa mwanasesere wake.

Shairi hili ni kwa watu wazima watunzi wa hatima ya ulimwengu wa leo wasiojua uhalisia wa kuwa mtoto katika mazingira ya kuua na kifo. Huu ni ulimwengu uliojaa woga, kutamauka na kupoteza bila nafasi ya mzaha wala tumaini ambalo ni kawaida kwa watoto waishio kwa amani.

Wacha tuwe na tunmaini kuwa mwandishi ataweza kuwakumbusha wanasiasa kuhusu ukatili wa vita na migogoro inayohusisha silaha ili kuokoa watu wengi na kuwaepusha watoto kuwa wahasiriwa wa vitendo vya kidhalimu na dhiki za kisaikolojia.

Manana Matiashvili, Ph.D
Mhadhiri wa Tafsiri Nadharia na Utekelezaji
Chuo Kikuu cha Caucasus, Georgia

Introduction

A settlement turns into a battlefield. A school into ruins. A house into a shelter. Toys are broken. There is not enough water to take a shower. Life has transformed into hell and the worst thing all about it is that the picture exists in the thoughts of a little girl as well as around her in reality.

Unfortunately, it is our reality in the 21st-century world with rising death tolls for civilians including families and children not only caught in the crossfire but also likely to be specific targets.

The poem *Don't Allow the Soldiers to Kill My Doll* by Bengali poet and writer Anisur Rahman is not written for children. It just describes the war from the point of view of a child who experiences the results of military intervention in her town. The text of the poem is a monologue that consists of 31 parts each revealing a little girl's fear as well as her courage against the "bad boys" who have destroyed and damaged everything around her including her beloved toy doll.

The poem is for adult creators of the fate of the modern-day world who do not know how it feels to be a child in the area of killing and death. This is a world full of fear, despair and loss with no space for fun and hope that would be normal for children living in peace.

Let's hope that the author will be able to remind politicians about the cruelty of war and armed conflicts to save more lives and not let children become victims of barbarous acts and psychological traumas.

Manana Matiashvili, Ph. D
Lecturer of Translation Theory and Practice
Caucasus University, Georgia

Moja

Baba, wao ni kina nani?
Kwa nini wanafyatua risasi?
Kwa nini wanafyatua risasi hata usiku?
Hata mchana? Kwani wanalala saa ngapi?
Hawana makao yao?
Kwa nini wanakuja karibu na nyumba yetu?
Hawana chochote cha kufanya?
Hawana kazi?
Hawana paka katika makao yao? Wala mbwa?
Hawana bustani?
Hawana watoto nyumbani?
Nani atawapeleka shuleni?
Kwa nini wanafyatua risasi hapa, karibu na nyumba yetu?
Badala ya hilo wangecheza na watoto wao.
Iwapo hawafurahi kucheza na watoto wao
Wangetazama vibonzo runingani na watoto wao.
Kwa nini wanafyatua risasi hapa?
Kwa nini wanazua wasiwasi hapa?
Kwa nini wanadakiza usingizi wangu?
Kwa nini wanadakiza kucheza kwangu?
Kwa nini wanadakiza kuzungumza kwangu?
Kwa nini wanadakiza utazamaji wangu wa vibonzo?
Kwa nini wanafyatua risasi hapa kila kutwa na usiku?
Kwa nini hawaogopi kufyatua risasi?
Je, wao ni wajinga?

One

Dad, who are they?
Why do they shoot?
Why do they shoot even at night?
Even by day? When do they sleep?
Don't they have their homes?
Why do they come towards our home?
Don't they have anything to do?
Are they jobless?
Don't they have cats in their homes? Neither the dogs?
Don't they have a garden?
Why do not they take care of the garden?
Don't they have children at home?
Who will take them to school?
Why do they shoot here, close to our house?
Instead of that, they could play with their children.
If they do not enjoy playing with children
They could watch TV cartoons together with their children.
Why do they shoot here?
Why do they create a panic here?
Why do they disturb my sleep?
Why do they disturb my playing?
Why do they disturb my talking?
Why do they disturb me from watching cartoons?
Why do they shoot here every day and night?
Why are not they afraid of shooting?
Are they stupid?

Tunaogopa, lakini kwa nini hawajali?
Siku hii ya ukavu ya jua kali badala yake wangeenda kwa maji
Kutabaradi huko.
Wangeenda kuvua samaki
Wangeendesha baiskeli zao au farasi.

Kwa nini wanazua rabsha
Bila kula, bila kulala
Lakini kwa kufyatua risasi kidindia?
Kwa nini wanafyatulia risasi mioyo yetu na nafsi?
Wanakula saa ngapi?
Wanalala saa ngapi?

Kwa nini wazazi wao wasiwazuie kufyatua risasi?
Hawana wazazi?
Wao ni mayatima?

Kwa nini walifyatulia risasi mkono mmoja wa mwanasesere wangu?
Hawana wanasesere wowote nyumbani?
Kwa nini wao ni watukutu sana?

Bado wanafyatua risasi kidindia.
Je, wakiugua
Nini kitawakumba?
Wazazi wao watahangaika.
Wazazi wao watalia wakati huo...
Kwa nini hawagundui?

We are frightened, but why do not they care?
On this hot summer day, they could rather go to the water
And make fun there.
They could go fishing
They could ride their bikes or horses.

Why are they making trouble?
Without eating, without sleeping
But only with the restless shooting?
Why are they shooting our hearts and souls?
When do they eat?
When do they sleep?

Why do not their parents prevent them from shooting?
Don'tthey have parents?
Are they orphans?

Why did they shoot in one hand of my doll?
Don't they have any dolls at home?
Why are they so naughty?

They are still shooting endlessly.
If they fall ill
What will happen to them?
Their parents will be upset.
Their parents will cry then . . .
Why do not they realize?

-Ah, mwanangu, ni heri ulale sasa.

-Haya, Baba, usiku mwema.

Tafadhali, mweke mwanasesere wangu mbali na ufyatuaji wao.

Usiwaruhusu wanajeshi kumuua mwanasesere wangu.

- Oh, my baby, you better sleep now.
- Ok, Dad, good night.
Please, keep my doll from their shooting.
Do not allow the soldiers to kill my doll.

Mbili

Baba, wanatoa bunduki wapi?
Kwa nini wao ni watukutu sana?
Hakuna nyuni hapa baada ya hofu waliyozua kwa bunduki zao.
Nyuni walienda wapi?
Unaweża kunipa majina ya watoto wao
na anwani za kwao?
Nataka kutuma barua
Kwa watoto waishio katika nyumba za wanajeshi hao watukutu.
Nitawaeleza kuhusu matukio yao makubwa makubwa ya kitundu: naughty
Kwamba wanaumiza watu wengi, waua watoto wengi.
Angalia maji katika ziwa letu - yametwaa rangi nyekundu.

Maskini! Nawezaje kutuma barua yangu?
Kwa nini mjumbe postman haji tena?
Huenda kikosi cha wanajeshi watukutu kilimpiga risasi?
Ningempata mtu aliyekipa kikosi hiki kitukutu bunduki,
Mwanzo ningemzaba kofi zito usoni.
Kisha nikimwona akilia, nitampa pipi lollipop nikimuuliza
Kwa nini akawapa bunduki!
Afadhali angewapa mpira.
Pengine wangekomea ujinga wao hapa na
kuanza kufanya mazoezi ya kabumbu kwa ajili ya Kombe la Dunia lijalo.

Two

Dad, where do they get the guns?
Why are they so naughty?
Here is no bird after the horror they made with their guns.
Where did the birds go?
Can you give me the names of their children
and their home addresses?
I want to send letters
To the children who live at the houses of naughty soldiers.
I will tell them about their big, big naughty things:
That they hurt many people, and kill many children.
Look at the water in our lake -- it has turned red.

Alas! How can I send my letter?
Why does not the postman come anymore?
Did the group of naughty soldiers shoot him?
If I could see the person who has given the guns to this naughty group,
At first, I would give him a strong slap in the face.
Then seeing him cry, would give him a lollipop and ask him
Why did he give guns to them?!
Better to have given a ball to them.
Maybe they would stop their stupidity here and
Start to practice football for the next World Cup.

Tatu

Baba, babu ameniambia kuwa watu hugeuka nyota wafapo.

Kikosi kitundu kilimuua babu yangu,

Walimuua,

Wanaua kila mtu, mmoja baada ya mwingine.

Je, wameshauriana na anga kuua watu zaidi na zaidi?

Je, anga inahitaji nyota ngapi zaidi?

Tayari ina nyota nyingi

Ambazo hatuwezi hata kuhesabu.

Ikiwa mtatuua sisi sote hapa

Ikiwa sisi sote tutakuwa nyota angani

Nani atatunza paka wetu?

Nani atatunza mbwa wetu?

Nani atatunza bustani zetu?

Nani ataenda shuleni?

Ah, ningependa kuzungumza na hao vijana wabaya.

Baba, unaweza kuwaalika tafadhali?

Nimechora picha maridadi za maua na nyuni

Na nataka kuwasilisha michoro yangu kwao.

Nadhani tukiwafurahikia, wanaacha kazi ya kitundu,

Natumai, wataacha kuua watu.

Three

Dad, Grandpa has told me that people become stars when they die.
The naughty group killed my grandpa,
They killed him,
They are killing everybody one after another.
Have they consulted with the sky to kill more and more people?
How many more stars need the sky?
It already has so many stars
That we cannot even count.
We do not need more new stars.
Listen you, the bad boys, please, no more killing.
Go back to your homes.
If you kill all of us here
If we all become stars in the sky
Who will take care of our cats?
Who will take care of our dogs?
Who will take care of our gardens?
Who will go to school?

Oh, I wish I could talk to the bad boys.
Dad, could you please invite them?
I have drawn beautiful images of flowers and birds
And I want to present my drawings to them.
I think being glad for them, they will stop their naughty job,
Hope, they will stop killing people.

Nne

Baba, kwa nini umeogopa sana?
Hujatekeleza kazi ya kitundu?
Babu hakuwa amekununulia bunduki yoyote?
Unaweza kuninunulia bunduki tafadhali?
Nahisi ningeweza kufyatulia risasi daraja lililo kwa barabara
Wanajeshi hao wabaya walikuwa wakija hapa.
Ingekuwa vyema
Ikiwa hao vijana wabaya wangeshindwa kuja kwetu.
Ati! Inaonekana hakuna faida kutoka kwako.
Unataka kuponea lakini wakati wote unaamua kujificha.
Utajificha mpaka lini?
Huwezi kuwapokonya hao vijana wabaya bunduki
na kuzitupa majini?

Lau babu yangu angekuwa hai, ningemuuliza:
- Umezaa mtoto gani?

Hawezi kufanya lolote!

Four

Dad, why are you so frightened?
Have not you committed any naughty job?
Had not grandpa bought any gun for you?
Could you please buy a gun for me?
I wish I could fire the bridge on the road
The naughty soldiers used to come here .
That would be great
The bad boys could not come to our place.
What? Seems there is no benefit from you.
You want to survive but you always choose to hide.
How long are you going to hide?
Cannot you snatch away the guns from the bad boys
and throw them into water?

I wish my grandpa were alive. I would ask him:
- What a son you have given birth to?
He can do nothing!

Tano

Baba, uliona udhalimu waliofanyia wanasesere wangu!

Ni wabaya.

Hawatambui umuhimu wa wanasesere kwa watoto.

Haidhuru, watoto wao hawana wanasesere nyumbani kwao?

Kwa nini waliharibu wanasesere wangu?

Ikiwa walitaka, ningewapa baadhi ya wanasesere wangu,

Ingawa watu walionipa wanasesere hao kama zawadi

wataudhika wakijua hilo.

Afadhali niwaambie: - tafadhali, msinipe wanasesere tena,

Wanajeshi wataharibu, bila shaka.

Five

Dad, did you see what a hell they did to my toys!
They are awful.
They do not realize the importance of toys for children.
Anyway, do not the children at their homes have any toys?
Why did they destroy my toys?
If they wanted, I could give them some of my toys,
Though people who gave me those toys as gift
will be upset if they know it.
I would rather tell them: - please, do not give me toys any more,
The soldiers will destroy them, anyway.

Sita

Baba, unajua kutengeneza roketi?

Inaonekana, hujui. Hujui chochote.

Huna maana.

Tafadhali, tafuta kitabu kinachozungumzia makombora.

Kukisoma kitabu hicho tutaelewa jinsi ya kutengeneza kombora.

Na ikiwa tutafanikiwa kutengeneza ndege za makombora

na kuonyesha kila mtu namna ya kutengeneza, itakuwa vyema.

Wakati wowote hao vijana wabaya wanakuja hapa, sote tutapaa

Kwa roketi hizo kuelekea kwa mwezi.

Tutabeba kamera

Na kutoka kwa mwezi tutanasa picha za vijana hao wabaya

Na hawatampata yeyote wa kuua hapa.

Watapandwa na mafutu

na kurudi.

Kisha tutatua hapa kwa roketi kutoka kwa mwezi na tutawapa polisi picha hizo za vijana hao wabaya.

Six

Dad, do you know how to build a rocket?
Seems, you do not. You know nothing.
You are good for nothing.
Could you please, find a book about rockets?
Reading that book we get to know how to build a rocket.
Then if we succeed to build a rocket
and show everybody how to do it, that will be great.
Whenever the bad boys come here, we all will fly
In the rockets towards the moon.
We will carry camera with us
And from the moon we will take pictures of the bad boys
While they will not find anybody here to kill.
They will go crazy
and will go back.
Then we will land here by rocket from the moon and
Will give the police the photos of those bad boys.

Saba

Baba, niambie ukweli Ilahi huishi wapi?
Nikionyesha utundu kiasi
Unasema kila wakati kuwa Ilahi atanikasirikia.
Ikiwa sitaki kulala,
unasema, Ilahi atanikasirikia.
Ikiwa sitaki kula,
unasema, Ilahi atanikasirikia.
Hana kazi nyingine ya kufanya?
Ilahi hunitazama mimi pekee wakati wote?
Unajua kuwa hao vijana wabaya wanaendelea kutenda uovu mwingi.
Ilahi yu wapi? Kwa nini hawakasirikii?
Vijana hao wabaya hutenda maovu hata kwenye misikiti,
Wanafyatua risasi hata katika hospitali, makanisa.
Wanaua watoto, wanaua akina mama, akina baba.
Ilahi huwa amelala wakati huo?

Seven

Dad, tell me honestly where does God live?
If I commit a little disobedience
You always say that Allah will be angry at me.
If I do not want to sleep,
you say, that Allah will be angry at me.
If I do not want to eat,
you say, Allah will be angry at me.
Does he have nothing else to do?
Does Allah have his eyes only at me all the time?
You know that those bad boys continue to do so much evil.
Where is Allah? Why is not he angry at them?
The bad boys do bad things even at mosques,
They are shooting even in hospitals, churches.
They are killing children, killing mothers, fathers.
Is Allah sleeping then?

Nane

Baba, nikilia kidogo unanitishia na polisi,
Unasema polisi watanikamata.
Lakini hao vijana wabaya wanafyatua risasi kutwa zote na usiku,
Wafanya vitu viovu
Na polisi hawaonekani.
Kwa nini maafisa wa polisi wasiwakamate?
Huwa wanakamata watoto pekee?
Hawakamati hao vijana wabaya?
Pengine wamewalisha maafisa wa polisi vidonge vya kulala,
Kwa hivyo, ndio maana wanalala.
Wao ni wabaya sana. Sijaona watu wengi wabaya kama wao.
Hata katika shule yangu hakuna wavulana wabaya wengi.
Wangekuwepo baadhi yao,
Mwalimu wangu angewapa funzo!

Eight

Dad, If I cry a little you are threatening me with police,

You say police will pick me up.

But the bad boys are shooting all days and nights,

They do wrong things

And police do not appear.

Why the policemen do not pick them up?

Do they pick the children only?

Don'tthey pick the bad boys?

Maybe they have fed the policmen with sleeping pills,

So, that is why they sleep.

So bad they are.

I have never seen so many wrong people as they are.

Even at my school there are not so many naughty boys.

If there were some of them,

My teacher would give them a good lesson!

Tisa

Baba, unaweza kupigia polisi simu kwa 112?
Unaweza kuwaambia
Kuwa vijana wabaya wanafanya uovu?
Wameharibu kiungo cha umeme kuelekea kwa nyumba yetu.
Inamaanisha nini?
Hawajapata kitu kingine cha kuchezea?
Heri wangeenda kujinafasi kwenye ufuo wa bahari.
Wangeweza kutekeleza uovu wowote wautakao,
Na hivyo tungepata afueni.
Wanaogopa kucheza kando ya bahari?
Ikiwa kuna woga wowote, wanaweza kupata msaada kutoka kwa polisi.
Polisi wanaweza kuwatunza.
Haidhuru, kwa nini huwaiti polisi?
Samahani, Baba, nilisahau kuwa simu yako ilimaliza chaji,
Hali si shwari. Hatuna umeme.
Unawezaje kupiga simu?
Usikasirike, Baba yangu.
Hebu nifikirie,
Nitapata suluhu.

Nine

Dad, can you call police on 112?
Can you tell them
That the bad boys are doing wrong?
They have destroyed the electric connection to our house.
What does it mean?
Have not they found anything else to play with?
They could rather go to the beach and make fun.
They could make there as much foul play as they wish,
Thus we could get a relief from them.
Are they afraid of playing on the seaside?
If there is any fear, they can get help from police.
Police can take care of them.
Anyway, why are not you calling police?
Sorry, dad, I forgot that your mobile is out of charge,
Out of order. We have no electricity.
How could you make a phone call?
Do not be upset, my dad.
Let me think,
I will find a solution.

Kumi

Baba, unaweza kupata anwani ya *James Bond* tafadhali?

Simu yake au baruapepe au anwani yake ya nyumbani, nambari yoyote itasaidia.

Ikiwa unaweza kumtumia ujumbe wa baruapepe kwa jina lako,

Utamwandikia ujumbe ukifuata maneno yangu

Na chini ya barua hiyo utaandika jina langu –

Atajua imetoka kwangu.

Ikiwa kweli ataweza kutusaidia, itakuwa vyema.

Nikikua nitatengeneza filamu,

Nitamwalika kama shujaa mkuu katika filamu yangu.

Ikiwa ataweza kulipiza kwa wale vijana wabaya.

Angalau unaweza kufanya kitu kimoja kizuri, baba, -

Usiwaruhusu wanajeshi kumuua mwanasesere wangu!

Ten

Dad, Could you please get the address of James Bond?

His telephone or e-mail or his home address, any contact would help.

If you could send an email to him by your name,

You will write a mail to him following my words

And beneath the letter you would write my name ---

He will know it is from me.

If he could really help us, it would be great.

When I am grown up, I will make film,

I will invite him as the main hero in my film.

If only James Bond could tit for tat those bad boys.

At least, you can do one good thing, dad, ---

Do not allow the soldiers to kill my doll!

Kumi na Moja

Baba, umegundua kuwa?
Vijana wabaya ni watundu zaidi ya *Tom na Jeri*,
Unapata ucheshi katika kazi za kitundu za *Tom na Jeri*,
Wanafanya mambo yao ya kitundu baina yao wenyewe
Hawaendi kwa nyumba za watu.

Lakini kazi mbovu za wanajeshi ni mbaya zaidi ya zile za *Tom na Jeri*.
Ikiwa kweli wanataka kufanya kazi za kitundu, wanaweza kufanya,
Lakini wanaweza kufanya kazi za kitundu nzuri kwa kiasi fulani, sivyo?
Kwa nini wanataka kufanya mambo mabaya?
Wazazi wao hawajawafunza chochote kizuri?
Usiwaruhusu mwanajeshi kumuua mwanasesere wangu!

Eleven

Dad, have you noticed that?

The bad boys are naughtier than Tom and Jerry,

You will find fun in the naughty jobs of Tom and Jerry,

They do their naughty things between themselves

They do not go to other's houses.

But the naughty jobs by the soldiers are worse than Tom and Jerry's.

If they truly want to do naughty jobs, they can do,

But can they can do a little bit of good naughty jobs, cannot they?

Why do they want to do bad things?

Have not their parents taught them anything good?

Do not allow the soldiers to kill my doll!

Kumi na Mbili

Baba, watukutu wanafyatua risasi hata katika Siku ya Idi.

Hawajui Idi ni nini?

Idi inamaanisha furahia.

Hawapendi kupata nguo mpya katika Siku ya Idi?

Potelea mbali, Idi yangu iligeuka jehanamu kwa sababu yao.

Sikupata nguo yoyote mpya.

Tunaweza kuenda kwa maombi ya Idi.

Hakuna mtu aliyekuja kutusalimu katika Siku ya Idi.

Ina maana yoyote?

Babu na bibi wangeweza kusherehekea Idi yao?

Wameponea kwa kuwa walikuwa wamegeuka nyota angani.

Nahisi ningeenda angani na kuwa nyota.

Nani atashughulikia wanasesere wangu na vichezeo wakati huo?

Wanaweza kuharibu vichezeo vyangu vingine

na hata kuwaumiza wanasesere wangu!

Twelve

Dad, the naughty are shooting even on Eid Day.
Don'tthey know what is Eid?
Eid means enjoy.
Don'tthey long for enjoy?
Are not they fond of getting new dress on Eid Day?
Damn, my Eid turned to be hell because of them.
I did not get any new dress.
We could go for Eidpray.
Nobody came to greet us on Eid Day.
Does it have any meaning?
Could grandpa and grandma celebrate their Eid?
They have survived having turned into stars in the sky.
The soldiers cannot commit their bad job with the stars in the sky.
I wish I could go into the sky and become a star.
Who will take care of my dolls and toys then?
They can destroy the rest of my toys
and even hurt my dolls.
Do not allow the soldiers to kill my doll!

Kumi na Tatu

Baba, hebu niambie
Nawezaje kufikia nyota angani?
Nina swali la kumwuliza babu.
Nimejifunza shairi kutoka kwake:
"Kutembea asubuhi
Naapa akilini mwangu
Wacha niwe mtu mwema katika siku nzima."
Ah, ujinga gani niuonao sasa!
Nawezaje kuwa mtulivu katika hali kama hiyo
Iliyosababishwa na vijana wale wabaya?
Hata hivyo, mababu wa wanajeshi hao
Hawajafunza kifungu kama hicho?
Sijui. Nani ajuaye?
Jinsi walivyo watukutu!
Sijawahi kuona uovu kama huo katika maisha yangu.
Hata nyani katika walio pamoja hawakuwa watukutu kama wao.
Usiwaruhusu wanajeshi kumuua mwanasesere wangu!

Thirteen

Dad, can you tell me

How can I take contact with stars in the sky?

I have a question to ask my grandpa.

I have learnt a poem from him:

"Waking up in the morning

I take an oath in my mind

Let me be a kind person all day long."

Oh, what a stupidity I see now!

How can I be kind at such situation

Created by the bad boys?

Anyway, have not the grandpas of those soldiers

Taught them any verse like that?

I do not know. Who knows?!

What a naughty they are!

I have never seen such evil in my life.

Even the monkeys in the circus were not asnaughty as they are.

Do not allow the soldiers to kill my doll!

Kumi na Nne

Baba, wakati mwingine nafikiria
Ingalikuwa vyema tungalikuwa nyuni.
Tungepaa na hivyo tutoroke
Kutoka kwa vitendo viovu vinavyofanywa na vijana wabaya.
Na wakati wakitokomea, ndipo turejee nyumbani
Lakini hata nyuni hawana usalama juu yao...
Laiti ningaliweza kupiga mbizi kama samaki,
Basi ningepata makazi yasiyo na shida chini kabisa ya Bahari ya Mediterenea.
Wanajeshi wasingeweza kutupata.
Lakini tungewezaje kuenda baharini?
Hawaturuhusu kuenda nje.
Wanaweza kutufyatulia risasi wakati wowote, wakati wowote.
Heri ningekuwa chura.
Tungepata makazi yetu katika shimo.
Wakitoweka, tunaweza kuibuka kutoka kwa shimo hilo.
Ng'oroo – ng'oroo - ng'oroo - ng'oroo –
Nitamfundisha mwanasesere wangu jinsi ya kutoa sauti kama ya chura.
Hii ni njia ya kuwaepuka hao wanajeshi watundu.
Nilifanya! Nimepata njia. Sivyo, baba?

Fourteen

Dad, sometimes I think
It would be even better if we were birds.
We could fly and thus flee ourselves
From the bad things committed by the bad boys.
And when they would disappear, we could return home.
But even the birds are not safe above them . . .
I wish I could swim like a fish,
Then I could find a trouble free shelter at the bottom of the Mediterranean.
The soldiers could not find us.
But how could we go to the sea?
They do not allow us to go out.
They can shoot us any time, any moment.
I wish I could be a frog.
We could find our shelter in a hole.
When they would disappear, we could emerge from the hole.
Croak – croak – croak – croak -
I will train my doll how to sound like a frog.
This is a way how to survive from naughty soldiers.
I did! I have found a way. Have not I, Dad?

Kumi na Tano

Baba, najua tupo katika shida kubwa zaidi sasa kwa kuwa shule yangu imefungwa.

Hata hivyo, ningeweza kujadiliana na mwalimu wangu kuhusu shida yetu.

Yeye ni mwenye hekima sana... Nina hakika, atapata suluhu.

Anaweza kuwapa vijana hao wabaya funzo zuri.

Anajua kufanya hili barabara.

Wakati mmoja kijana kwa jina Zahid alikuwa mvulana mtundu zaidi katika shule yetu

Lakini alimwogopa sana mwalimu wangu alipomwona.

Natamani kujua ikiwa wavulana hao watundu pia wamefyatulia risasi nyumba ya mwalimu wangu

Baba, unaweza kupata habari kuhusu hilo?

Nina hakika hawatathubutu kusimama mbele ya mwalimu wangu.

Lakini nahofia kuwa wanaweza kumuua akiwa amelala.

Ni rahisi kwao kwa kuwa hawana utu.

Ingekuwa vyema ikiwa tungepata habari yoyote kuhusu mwalimu wangu.

Anaweza kupata suluhu ya kuwasukuma hao vijana wabaya.

Unaonaje, ni wazo zuri kumwalika mwalimu wangu

Pamoja na wanajeshi hao kwetu?

Najua, mwalimu wangu anaweza kuwafanya waondoke

Kwa sababu watamwogopa, najua...

Fifteen

Dad, I know we are in a bigger trouble now since my school is closed.

Otherwise, I could discuss our problem with my teacher.

He is so intelligent . . . I am sure, he will find a way out.

He could give a good lesson to the bad boys.

He knows quite well how to do this.

Once a boy named Zahid was the most naughty boy in our school

But he was very afraid of my teacher when he saw him.

I wish I know if the naughty boys has shoot in my teacher's house too.

Dad, can you get information about it?

I am sure they will not dare to stand before my teacher.

But I am afraid they can kill him when he sleeps.

It is easy for them as they are not kind.

It would be great if we could get to know any news about my teacher.

He could find a solution to push back the bad boys.

What do you think, is it a good idea to invite my teacher

Together with the soldiers to our place?

I know, my teacher would manage to make them leave

Because they would become afraid of him, I know . . .

Kumi na Sita

Baba, kwa nini tusiende juu angani?

Anga iko juu kiasi gani?

Ikiwa tunaweza kufikia anga

Tutaachilia chokoleti, chingamu na chipsi

Na hivyo watasahau kufyatua risasi

Na badala yake wataangalia kuelekea angani kwa mshtuko.

Kisha tutaomba mawingu angani kunyesha mvua kubwa.

Na maji yataenda moja kwa moja hadi kwenye midomo yao iliyo wazi.

Watafurahia kula chipsi na chokoleti licha ya mvua,

Wakikimbia kote, kwa raha tele.

Basi nchi yetu itaweza kupata afueni kutoka kwa kazi zao, kazi mbaya.

Sixteen

Dad, why cannot we go up in the sky?
How high is the sky?
If we could reach the sky
We would drop chocolates and chewing gums
And chips down to the bad boys.
They would be busy collecting
The chocolates, gums and chips
And thus they would forget to shoot
And instead would look towards the sky with surprise.
Then we would ask the clouds in the sky to rain cats and dogs,
And the water would go directly into their open mouthes.
They would enjoy eating chips and chocolates despite the rain,
Running aroung the area, full of joy.
Thus our land could get a relief from their bad, bad jobs.

Kumi na Saba

Baba, zimepita siku nyingi sana tangu wanajeshi waje hapa.

Hawatarejea?

Kazi zao mbaya zitawahi kukoma?

Ikiwa wanataka kukaa hapa, waache wakae.

Lakini hawataruhusiwa kufanya kazi hizo za kitundu.

Tutaenda kuwapa mipira na vifaa vya kriketi.

Wacha wacheze kabumbu na kriketi.

Chochote watakacho kufanya, wanaweza kufanya isipokuwa mambo mabaya

Hawatafyatua risasi.

Lazima warejeshe bunduki kwa yule aliyewapa.

Basi.

Wakati huo tunaweza kuwapa chipsi na njugu,

wakitaka.

Lazima waache bunduki zao.

Si salama hata kidogo kwa yeyote kati yetu kubeba bunduki.

Seventeen

Dad, it has passed so many days since soldiers came here.

Are not they going to go back?

Will ever their bad, bad jobs stop?

If they want to stay here, let them stay.

But then they will not be allowed to do the naughty jobs.

We are going to give them balls and cricket bats.

Let them play football and cricket.

Whatever they want to do, they can do except bad things.

They must not shoot.

They must return their guns to him who gave tmem.

That's all.

Sometimes we can offer them some chips and nuts,

if they like.

They must leave their guns.

It is not safe at all for any of us if they carry guns.

Kumi na Nane

Baba, unajua ninachofikiria kuhusu wanajeshi

Nadhani walizoea kucheza mchezo wa kufyatua kwa vinyago vya bunduki walipokuwa watoto.

Ndio maana wao kama watu wazima sasa wanacheza na bunduki tena.

Ikiwa wanataka kucheza na bunduki sana watacheza

Lakini safari hii si kwa bunduki halisi bali vinyago vya bunduki.

Lakini tunawezaje kuwakusanyia vinyago vingi vikubwa vya bunduki?

Pengine watu waundao bunduki za kuulia watu

Wanafaa kuunda vinyago vikubwa vya bunduki badala yake?

Ningewapata watu hao ningewaambia:

“Kuwa makini, msiunde bunduki kwa kuua, msiziuze bunduki hizo!

Acheni tu moja ya *James Bond*

Ikiwa atahitaji bunduki yoyote katika filamu zake” –

Itakuwa vyema – bunduki kwenye filamu pekee!

Eighteen

Dad, do you know what I think about soldiers?

I think they used to play shooting with toy guns when they were children.

That is why they as adults now are playing with the guns again.

If they want to play with guns so much they can do it

But this time not with real guns but with toy guns.

But how can we collect so many big size toy guns for them?

Maybe people who make guns to kill people

Should make big size toy guns instead?

If I had met those people I would tell them:

"Be aware, never make guns for killing, do not sell those guns!

And throw in the water all the weapon you have in stock,

Just leave one for James Bond

If he ever needs any gun in his films".

That's will be fine – guns only in films!

Kumi na Tisa

Baba, unaweza kuniambia ukweli?
Je, Ilahi hukasirishwa na watoto pekee?
Hakasirishwi na watu wazima?
Watazame hao watu wazima! Wanafanya vitu vibaya
Lakini Ilahi hawaadhibu.
Je, Ilahi amelala sasa?
Au nifikirie hivyo: "Ilahi ni mkubwa,
Atawasamehe wote".
Lakini kwa nini wakati wote anawaweka watoto katika hali ya vitisho?
Una hakika unaniambia ukweli?
Ikiwa ningekutana na Ilahi mara moja
Nitamuuliza kuhusu hilo.
Pengine pia anawaogopa wanajeshi?
Unaona kuwa wanatekeleza kazi mbaya hata katika mwezi wa Ramadhani.
Ilahi yu wapi? Huwa hayupo ardhini.
Je, anapenda kuishi na nyota pekee angani?
Kuna maana gani kuwa Ilahi ikiwa hatawahi kutua?
Nasisitiza usawa katika masuala ya kiungu kwa watoto na watu wazima!
Yashindwe matabaka hayo yote!

Nineteen

Dad, can you tell me the truth?
Does Allah become angry only with children?
Does not he become angry with adults?
Look at those adults! They are doing wrong things
But Allah does not punish them.
Is Allah sleeping now?
Or should I think so: "Allah is big,
He will forgive them all".
But why does he always keep children under threat?
Are you sure you are telling me truth?
If I could meet with Allah once
I would ask him about it.
Maybe Allah is also afraid of soldiers?
You see that they commit bad jobs even in the month of Ramadan.
Where is Allah? He is never on the ground.
Does he love to stay only with stars in the sky?
What is the meaning of being Allah if he will never land?
I insist equal godly approach with children and adults!
Damn all that hierarchy!

Ishirini

Baba, hawa vijana wabaya wanawezaje kuwa wakali?
Wazazi wao bila shaka wamewarai wasiwe watundu,
Wasifyatue risasi na kuwaua watu
Nina hakika wazazi wamewaambia wanao wa kiume
kuwa wanyenyekevu wakati wote.
Nina hakika walimu wao hawajawaambia
wachukue bunduki na kufyatulia nyumba za wengine risasi,
Kuzua vurugu na kuibua wasiwasi,
Kugeuza furaha ya watu kuwa jehanamu,
Kudakiza usingizi wa watoto,
Kuharibu vichezeo vyao,
Kuvunja mikono ya wanasesere.
Ni sawa – watoto wakati mwingine hutekeleza vitendo vya kitundu,
Kuvunja sheria kwa kiasi fulani
Lakini wanasesere, kamwe hawafanyi vitu vibaya.
Wanasesere hawana hatia kabisa,
Lakini hawa wavulana wabaya ni wabaya sana
Wanavunja hata mikono na miguu ya wanasesere
Nashangaa jinsi walivyo watundu!
Hakuna mafunzo ya kazi mbaya nyumbani wala shuleni.
Wamesomea hayo wapi?
Je, Mungu amewaumba hivi?
Nani anajua? Hakuna awezaye kujibu!

Twenty

Dad, how can these bad boys be so severe?
Their parents certainly have asked them not to be naughty,
Not to shoot and kill people.
I am sure parents have told their sons
to be polite all the time.
I am sure their teachers have not told them
To take guns and shoot in others' houses,
To make chaos and create panic,
To turn people's joy into the hell,
To disturb children's sleep,
To destroy their toys,
To break the hands of dolls.
It is right -- the children sometimes commit naughty things,
A little bit of breaking rules,
But dolls, they never do bad things.
Dolls are totally innocent,
But these bad boys are so bad
They even break hands and legs of dolls.
I wonder how they could be so naughty?!
There are not trainings in bad jobs neither at home nor at school.
Where have they studied that?
Has God created them this way?
Who knows? Nobody can answer!

Ishirini na Moja

Baba, wakati vijana hao wabaya watatoka nchi yetu,
Shule yetu itafunguliwa na nitamwambia mwalimu wangu
Anipe kitabu nitakapopata maarifa
Ya jinsi nitakavyoenda angani nikiwa hai kuepuka kifo.
Nitajifunza pia kutoka kwa kitabu hicho
Jinsi nitakavyorejea hapa salama kutoka angani.
Niliambiwa kuwa babu na bibi yangu wameenda angani baada ya kifo,
Huko waligeuka nyota
Na hakuna yeyote kati yao atakayerejea.
Ndiyo maana nataka kuenda angani kabla ya kufa,
Nataka nidiriki kurejea kutoka angani.
Nikirejea nitawasimulia visa vyote vya nyota,
Nitawaambia jinsi maisha yalivyo huko,
Nitaangalia kama wapo wanajeshi pia,
Nitaangalia kama kuna shule yoyote
Ambapo hao vijana wabaya wanaweza kutumwa kwa ajili ya kutubu
Hivyo, nafikiri tunaweza kusitisha vitendo vyao vya kijinga.

Twenty-One

Dad, when those bad boys leave our land,

Our school will open and I will tell my teacher

To give me a book where I will get an idea

How I can go to the sky alive avoiding death.

I will also learn from the book

How I can return here safely from the sky.

I was told that my grandparents have gone to sky after death,

There they became stars

And none of them is going to come back.

That is why I want to go to the sky before I die,

I want to manage coming back from the sky.

On my return I will tell you all the tales of stars,

I will tell you about what life is like there,

I will check if there are the soldiers too,

I will check if there is any school

Where those bad boys can be sent for repentance.

Thus, I think we can stop their stupid actions.

Ishirini na Mbili

Baba, nini maana ya Mwislamu?
Wayahudi ni watu gani?
Wakristu ni watu gani?
Sioni tofauti yoyote.
Watu wote ni sawa.
Wakati fulani mwalimu wangu alitupeleka kwenye tamasha ya watoto ya dini zote
ambapo tulikuwa Wayahudi, Waislamu na Wakristu pamoja,
katika mavazi sawa tukila chakula sawa na kucheza michezo sawa,
tukiwa na mzaha sawa.
Ilikuwa nzuri sana. Nasikitika kuwa imekufutu –
Wazazi hawakualikwa.
Angalia angani! Anga ina nyota nyingi zinazofanana zote
Nyote hazigawiki katika Waislamu, Wakristu au Wayahudi.
Tunapoenda baharini, unagundua
Kwamba maji yote yanafanana?
Hakuna tofauti miongoni mwa maji.

Baba, sasa mimi ni mtoto.
Nitakapokua, natamani
Ningekuwa Mwislamu,
Ningekuwa Mkristu,
Ningekuwa Myahudi

Twenty-Two

Dad, What does Muslim mean?
Who are Jews?
Who are Christian?
I cannot see any difference.
All people look like each other.
Once my teacher took us to all religion children's festival
where we were Jews, Muslims and Christians together,
In one and the same dresses eating same food
and playing same games,
Having same fun.
It was very nice. I am sorry you have missed it –
The parents were not invited.
Look at the sky!
There is one of it with many stars all looking alike
Stars are not divided in Muslims, Christians or Jews.
When we go to the seaside, do you notice
That all the waters look alike?
There is no difference among the waters.

Dad, now I am a child.
When I grow, I wish
I were Muslim,
I were Christian,
I were Jewish

Isipokuwa tu wanajeshi mbaya.
Na ikiwa kwa jinsi yoyote nitaweza kupaa angani nikiwa hai,
Nitakutana na Mungu wa Wayahudi,
Nitakutana na Mungu wa Wakristu,
Nitakutana na Mungu wa Waislamu.
Na nitawasilisha picha za vijana wabaya wote
Miongoni mwa Waislamu, Wayahudi au Wakristu.

Only not a bad soldier.
And if anyhow I will manage to fly to the sky alive,
I will meet the God of Jews,
I will meet the God of Christians,
I will meet the God of Muslims.
And I will deliver them the pictures of all the bad boys
Among Muslims, Jews or Christians.

Ishirini na Tatu

Baba, wanajeshi hawa wamekuwa hapa kwa muda mrefu.

Hawatarejea?

Haitawezekana tusherehekee Idi?

Huwezi kuzungumza nao?

Wanataka nini? Naomba kujua, tafadhali.

Ikiwa inawezekana, tutawapa chochote watakacho

Ikiwa wataondoka

Wanataka uwanja?

Wanapenda kuendesha farasi?

Nani anajua watakacho?

Siwezi kuelewa.

Je, akili zao ni timamu?

Lau sivyo, hatuna budi kuwatuma katika hospitali ya kiakili.

Nilijua hilo kupitia kwa maigizo ya runingani –

Kuna hospitali nzuri sana katika jiji la Uswidi liitwalo Uppsala.

Ikiwa ni muhimu tunaweza kuwatuma Uppsala kwa pesa zetu wenyewe –

Sisi – wanafunzi wote – tutatoa

Pesa zetu za masrufu ya siku moja kwa ajili ya tikiti zao za ndege.

Unaonaje, baba yangu?

Twenty-Three

Dad, so much time's passed since soldiers are here.

Are not they going to go back?

Will not it be able for us to celebrate Eid?

Cannot you talk to them?

What do they want? Please, let me know.

If it is possible, we are going to give them anything they want

In case they go.

Do they want playground?

Are they fond of riding horses?

Who knows what they want?

I cannot figure out.

Do their brains work?

If don't, we have to send them to the mental hospital.

I learned about it from a TV drama -

There is a very good hospital in the Swedish city of Uppsala.

If it's necessary we can send them to Uppsala with our own money -

We – all the school children – will donate

Our 'one day pocket money' for their fly tickets.

What do you think, my dad?

Ishirini na Nne

Baba, hao vijana wabaya wameharibu kila kitu.

Umeme, runinga na simu vyote haviwezi kufikiwa.

Hakuna mtandao wa kimataifa, hakuna miunganiko.

Tutawezaje? Tutafanyaje?

Huwezi lolote kuhusu mambo hayo.

Unatumia muda wako kuketi bila shughuli yoyote kwa uso wako uliosawijika.

Utakabiliana na changamoto hizo vipi

Ukiendelea kuketi na akili yako iliyoghadhabika?

Wacha tukuombee nguvu katika akili yako.

Tarishi haji.

Tutawasiliana aje?

Tungekuwa njiwa tungeweza.

Nilijifunza kutoka kwa kisa alichonisimulia mama

Kwamba kabla ya kipindi cha kisasa cha posta njiwa walibeba barua.

Tunaweza kuwatumia barua wazazi wa wanajeshi hao,

Kuwaambia kuhusu kazi zao za kitundu hapa.

Pengine wazazi wanaweza kusitisha kazi zao za kitundu hapa?

Wanaua watu wengi sana, wanaharibu kila kitu, baba.

Lazima mtu awasitishe!

Baba, unaweza kunipatia njiwa wawili?

Twenty-Four

Dad, the bad boys have destroyed everything.

The electricity, TV and telephone are out of access.

No internet, no connections.

How can we manage?

What are we going to do?

You don't say anything about such things.

You take your time sitting idle with your sad-looking face.

How are you going to overcome those difficulties

If you continue to sit with your upset mind?

Let's call for power into your mind.

Postman is not coming.

How are we going to communicate?

If we had pigeons we could manage.

I learnt from a story that my mum told me

That before modern postal age pigeons carried letters.

We could send letters to the parents of those soldiers,

Telling about their naughty jobs here.

Maybe parents could manage to stop their naughty jobs here?!

They kill too many people, they destroy everything, dad.

Someone must stop them!

Dad, can you get a pair of pigeons for me?

Ishirini na Tano

Baba, umeniambia kuwa vita vinamaanisha

Kupigana kwa silaha baina ya makundi mawili.

Sasa wasema kuwa kile kikosi cha vijana wabaya vinapigana nasi.

Unasema kitu kinzani:

Hatupigani nao,

Tunajificha kutoka kwa mashambulizi yao.

Lakini, ni vibaya sana kuwa wanatushambulia.

Si mapigano hata kidogo.

Hatuna silaha yoyote.

Hatufyatui.

Wanaua watu.

Si mapigano hata kidogo.

Ni uhalifu:

Wanawaua watoto na kuharibu majengo.

Hujui lolote, baba.

Nimeona vita vingi katika filamu za *James Bond,*

Hapo *James Bond* hulazimika kupigana dhidi ya kikosi kingine cha vijana wabaya.

James Bond ana bunduki, vijana wabaya pia wana bunduki

Lakini hata hawaui watoto.

Hawadakizi watoto.

Hawafyatulii risasi wanasesere.

Hawaharibu maua katika bustani.

Twenty-Five

Dad, you have told me that war means
Fighting with weapons between two groups.
Now you say that group of the bad boys is in a war against us.
You talk something contradictory:
We are not fighting against them,
We are hiding from their attack.
At least, it is very bad that they attack on us.
It is not war at all.
We do not have any weapon.
We are not shooting.
They have guns.
They are shooting.
They are killing people.
It is not a war at all.
It is a crime:
They kill children and destroy buildings.
You know nothing, dad.
I have seen many fights in James Bond movies,
There James Bond has to fight against the other group of bad boys.
James Bond has gun, the bad boys have guns as well
But even they never kill the children.
They do not disturb children.
They do not shoot dolls.
They do not destroy the flowers in the gardens.

Hawafyatui risasi shuleni.

Hawafyatui risasi hospitalini.

Lakini hapa? Ni watundu!

Hakuna kitu kilicho salama kutoka kwa kazi zao mbaya.

Ningalikuwa mzazi wao

Ningaliwafundisha funzo zuri.

Wao ni waovu!

They do not shoot in schools.
They do not shoot in hospitals.
But here? How naughty they are!
Nothing is safe from their bad jobs.
If I were their parent
I would teach them a good lesson.
Evil they are!

Ishirini na Sita

Baba, hatuwezi kuwa siafu kwa siku chache?

Siafu anaweza kubeba chakula kinywani mwake kwa miezi sita

Na anaweza kukaa ardhini katika msimu wa kipupwe.

Kipupwe kikikamilika wanatoka kutoka mashimoni.

Hata tukiwa siafu, tuna shida nyingine

Pa kupata chakula

Wameshambulia maduka ya chakula,

Wameharibu mabohari yote ya chakula,

Wameharibu mimea yote mashambani

na sasa mashamba yamejaa jivu na mkaa.

Naomba wasiingie kwenye nchi yoyote tena.

Twenty-Six

Dad, cannot we become ants for some days?
An ant can carry food in its mouth for six months
And can stay in the ground in winter.
When the winter is over they come out from holes.
Even if we become ants, we have another problem
Where to get the food?
They have fired food shops,
They have spoiled all the food storage,
They have destroyed all the crop in the fields
and now the fields are full of ash and coal.
I wish they do not enter to any other country any more.

Ishirini na Saba

Baba, nimepata wazo.

Wacha tukusanye penseli zangu zote, karatasi na rangi maji kwenye kasha,

Isipokuwa baadhi yazo.

Basi hebu tuchimbe shimo chini ya sakafu na tuweke kasha ndani yake.

Nitachora picha kuhusu kile wafanyacho hapa.

Nikichora picha nyingi,

Nitaunda kitabu kutokana nazo.

Tutarudufisha nakala nyingi za kitabu hicho.

Utanisaidia kurudufisha kitabu hicho?

Baba, tafadhali!

Nitatuma nakala za kitabu hiki kuelekea shule za nyumbani kwa vijana wabaya.

Nitawafanya watoto kujua wanachofanya hapa.

Watatorokea wapi ikiwa watoto wote watajua kuhusu kazi zao za kitundu?

Watoto wa nchi yao wataacha kuwazungumzia,

Nina hakika hatimaye watalazimika kuwaomba msamaha watoto hao!

Wataahidi kutoharibu midoli yao tena,

Kutowaogofya watoto,

Kutowafyatulia risasi,

Kutoharibu shule,

Kutowaua wazazi wao.

Twenty-Seven

Dad, I have got an idea.
Let's gather all my pencils, papers and watercolours in a box,
Except some of them.
Then let dig a hole under the floor and put the box in it.
I will draw pictures about what they do here.
When I draw many pictures,
I will make a book of them.
We will make many copies of the book.
Can you help me copying the book?
Dad, please!
I will send copies of this book to schools in the homeland of the bad boys.
I will let the children know what they are doing here.
Where will they will flee if all the children will know about their naughty jobs?
The children in their country will stop to talk to them.
I am sure at last they will have to say sorry to children!
They will promise not to destroy their toys any more,
Not frighten children,
Not shoot at them,
Not destroy schools,
Not kill their parents.

Wataapa kuwa vijana wazuri.

Watoto watafurahi kutazama sherehe hii kwenye runinga.

Furaha iliyoje! Siku ya kufana!

They will take an oath to be good boys.
Children will enjoy watching this ceremony on TV.
Oh, I am so excited when I think of that.
What a fun it would be! What a wonderful day!

Ishirini na Nane

Baba, tuna vijana wabaya katika nchi yetu?
Ikiwa wapo, lazima wajue hili:
Ikiwa yeyote kutoka nchi yetu ataanza kulipiza kisasi
Kuingia katika nchi zingine,
Hilo litakuwa hatari na la aibu.
Hilo litakuwa baya sana.
Hivyo kazi mbaya zitaongezeka
Na halitasaidia kurejesha
Mikono ya mwanasesere wangu iliyovunjwa.
Ikiwa wanasesere katika nchi yoyote atauliwa kwa risasi au kujeruhiwa,
Watoto watalia.
Nani ataweza kusitisha masikitiko yao
Ikiwa watoto katika nchi nyingi wataanza kulia?
Hilo halitakuwa zuri.
Kwa hivyo natamani mvua kubwa itushukie!
Kisha wanajeshi hao watalowa kwa mvua kama kunguru,
Silaha zao zote na vilipuzi vitavurugika.
Hilo litakuwa zuri!
Hawatakuwa na jingine ila kurudi kwao.
Tutafurahi na kuanza kuishi tulivyokuwa tukiishi awali:
Tutacheza wakati wa kucheza,
Tutalala wakati wa kulala
Na kusoma wakati wa kusoma.

Twenty-Eight

Dad, do we have bad boys in our country?
If there are, they must know this:
If someone from our country starts to take revenge
Entering into other countries,
That will be dangerous and shameful.
That will be very bad.
Thus bad jobs will increase
And will not help to the recovery of
The broken hands of my doll.
If dolls in any other country will be shot dead or injured,
The children will cry.
Who will be able to stop their disappointment
If the children in many countries start to cry?
That will not be good.
So I wish the heavy rain to come on us!
Then the soldiers will be wet in rain like crows,
All their weapon and explosive materials will be out of order.
That will be good!
They will have no other way but to go back to their homeland.
We will be glad and will begin to live as we used to live before:
We will play when it is time to play,
We will sleep when it is time to sleep
And read when it is time to read.

Ishirini na Tisa

Baba, wakati ambapo hakutakuwa na hatari ya kuenda nje,

Nitaenda shuleni na kumwambia mwalimu wangu

Kuwa ninataka kuwa kiongozi wa nchi yangu.

Nitamwomba anipe vitabu fulani

Nisome jinsi ambavyo naweza kuwa rais.

Nitavisoma vitabu hivyo na kujiandaa

Kuwa rais wa nchi yangu.

Nikiwa rais

Nitawaambia marais wa nchi zingine

Kuwadhibiti vijana wabaya katika nchi zao

Na kuwazuia kuingia nchi zingine

Wakiwa na bunduki na bomu kutekeleza kazi za kitundu.

Nitawaambia wasiwape wanajeshi bunduki

Ikiwa kiongozi yeyote anataka kutoa bunduki,

Nitawaambia wampatia ama *James Bond* au *Batul the Great*.

James Bond na *Batul the Great* wote huwapendelea watu wema wakati wote

Wanapigana dhidi ya uovu.

Kama rais, nitafanya vivyo hivyo.

Twenty-Nine

Dad, when there is no danger to go out,
I will go to school and tell my teacher
That I want to be the leader of my country.
I will ask him to give me some books
To learn how I can be a president.
I will read these books and prepare myself
To be the president of my country.
When I am the president
I will tell the presidents of other countries
To take control over the bad boys in their countries
And prevent them from entering into other countries
With guns and bombs to commit naughty jobs.
I will ask them not to give guns to soldiers.
If any leader wants to give gun,
I will tell them to give it either to James Bond or to Batul the Great.
Both James Bond and Batul are always in favour of good people.
They fight against the evil.
As a president, I will do the same.

Thelathini

Baba, hali hiyo ya kijinga itaendelea hata lini?
Nahisi kukosa hewa
Siwezi kupumua tena katika chumba hiki.
Hao wanajeshi hawawezi kufanya kazi yoyote isipokuwa kufyatua risasi?
Yapo mambo mengi sana ya kuburudisha wanayoweza kufanya.
Wanaweza kucheza firimbi wakitaka,
Wanaweza kucheza ngoma.
Hatutalalamika wakitaka kucheza muziki.
Angalau firimbi hizo na ngoma hazitatuogofya,
Muziki hautatuua.
Hakuna shida ikiwa watadakiza usingizi wetu
Tutajinyima usingizi na kufurahia muziki.
Tunaweza hata kuanza kucheza kushindana nao.
Kisha tutaona nani atakayeshinda na nani atakayefeli.
Baba, unaweza kunitafutia ngoma?
Unaona huruma?
Wewe ni mtu mwoga, baba,
Inaonekana, woga siku zote unakushinda.
Umejifungia kwa sababu unawaogopa wanajeshi,
Huniruhusu hata kutamka hata neno moja kwa sauti,
Utaniruhusu kucheza ngoma?
Siamini.
Sasa kila kitu kilikuwa batili!

Thirty

Dad, how long will such a stupid situation continue?
I feel suffocating.
I cannot breath in this room any more.
Cannot those soldiers do anything except of shooting?
There are so many things to do to entertain.
They can play flute if they want,
They can play drums.
We will not complain if they wish to play music.
At least those flutes and drums will not frighten us,
The music will not kill us.
No problem if they will disturb our sleep
We will sacrifice our sleep and enjoy music.
We can even start to play and compete with them.
Then we will see who will win and who win fail.
Dad, can you get me a drum?
Are you sorry?
You are a coward person, dad,
It seems, the fear always wins on you.
You have closed yourself because you are afraid of the soldiers,
You do not even allow me to utter a word loudly,
Will you allow me to play drum?
I do not believe.
Now everything became meaningless!

Thelathini na Moja

Baba, muda mrefu umepita tangu tulipooga mwisho.

Unaweza kuleta maji kwa ndoo?

Nataka kuoga nijitakase kisha niombe

Kisha nitainua mikono yangu kuelekea kwa Mungu katika dua isiyokwisha,

Halafu nitatumbukia usingizini.

Kwa sasa, mlete mwanasesere wangu na umweke kando yangu.

Halafu ulale.

Nikiamka asubuhi inayofuata,

Natamani kuona kuwa wanajeshi wametoroka kutoka nchi yetu,

Kwamba kila kitu kimepangwa barabara kama awali,

Kwamba kila kitu kinapendeza.

Nitakimbia kuelekea uwanjani na utanifuata kucheza.

Punde tutapata habari kuwahusu hao vijana wabaya

Kwamba pindi tu walipofika katika nchi yao

Waliwaahidi watoto kutowahi tena kufanya kazi mbovu!

Thirty-One

Dad, it has been a long time since we had bath for the last time.
Can you bring a bucket of water?
I want to have a bath to purify myself and then to pray.
Then I will hold my hands towards the God in never ending appeal,
Thus I will fall in a sleep.
Meanwhile, bring my doll and lay it beside me.
Then you can sleep.
When I get up next morning,
I wish I see that soldiers have fled away from our country,
That everything is in order as it was before,
That everything is beautiful.
You will buy a new ball to me
I will run to the playground and you will follow me to play.
Soon we will get information about those bad boys
That upon arrival to their home country
They have promised children not do bad jobs any more!

www.ingramcontent.com/pod-product-compliance
Lightning Source LLC
La Vergne TN
LVHW092053051026
849517LV00013B/2609
* 9 7 8 9 9 1 4 7 6 0 0 6 4 *